Impressum
Verlag: BABADADA GmbH, Nedderfeld 112 , 22529 Hamburg
Geschäftsführer / Verlagsleitung: Harald Hof
Druck: Books on Demand GmbH, In de Tarpen 42, 22848 Norderstedt

Imprint
Publisher: BABADADA GmbH, Nedderfeld 112 , 22529 Hamburg, Germany
Managing Director / Publishing direction: Harald Hof
Print: Books on Demand GmbH, In de Tarpen 42, 22848 Norderstedt

1

salle de classe
icyumba k'ishuri

diviser
kugabanya

186/2

tableau noir
ikibaho

cour (de récréation)
ikibuga cyo gukiniramo

professeur
umwarimu

papier
urupapuro

écrire
kwandika

stylo
ikaramu

bureau
ameza yo kwandikiraho

règle
iregere

livre
igitabo

élève
anyeshuri bo mu mashuri abanza

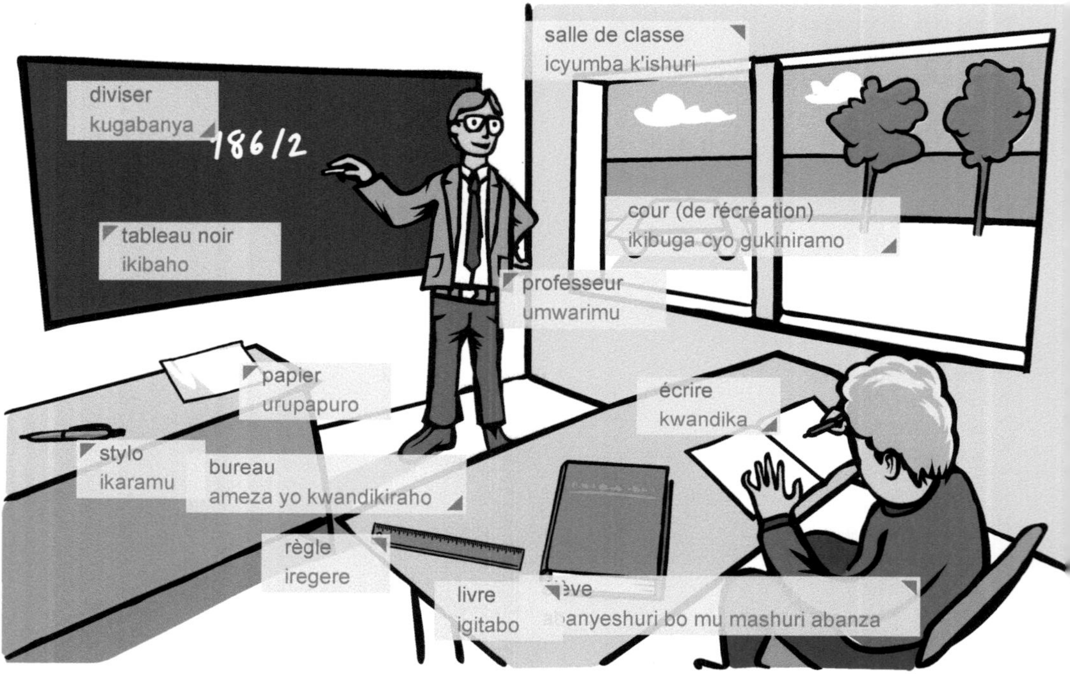

cartable

agahago k'ishuri

trousse

agasanduku k'amakaramu
y'igiti

crayon

ikaramu y'igiti

taille-crayon

tayekereyo

gomme

igome

carnet à dessin

ikayi yo gushushanya

dessin

igishushanyo

pinceau

uburoso bwo gusigisha

boîte de peinture

agasanduku k'amarangi
y'amabara

ciseaux

umukasi

colle

kore

cahier d'exercices

ikayi y'imyitozo

devoirs

umukoro w'imuhira

chiffre

umubare

additionner

guteranya

soustraire

gukuramo

multiplier

gukuba

calculer

kubara

lettre

ibaruwa

alphabet

inyuguti uko zikurikirana

mot

ijambo

texte

umwandiko

lire

gusoma

craie

ingwa

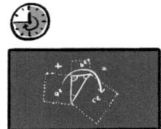

leçon

isomo

livre de classe

igitabo cyo
kwiyandikishamo

examen

ikizami

certificat

impamyabumenyi

uniforme scolaire

umwambaro w'ishuri

formation

uburezi

lexique

inkoranyamagambo

université

kaminuza

microscope

mikorosikope

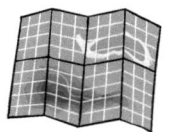

carte

ikarita

corbeille à papier

pubere

voyage
urugendo

hôtel
hoteli
Grand
auberge
inzu y'amacumbi
ROOMS
bureau de change
ku muvunjayi
CHANGE
valise
ivarisi
voiture
imodoka

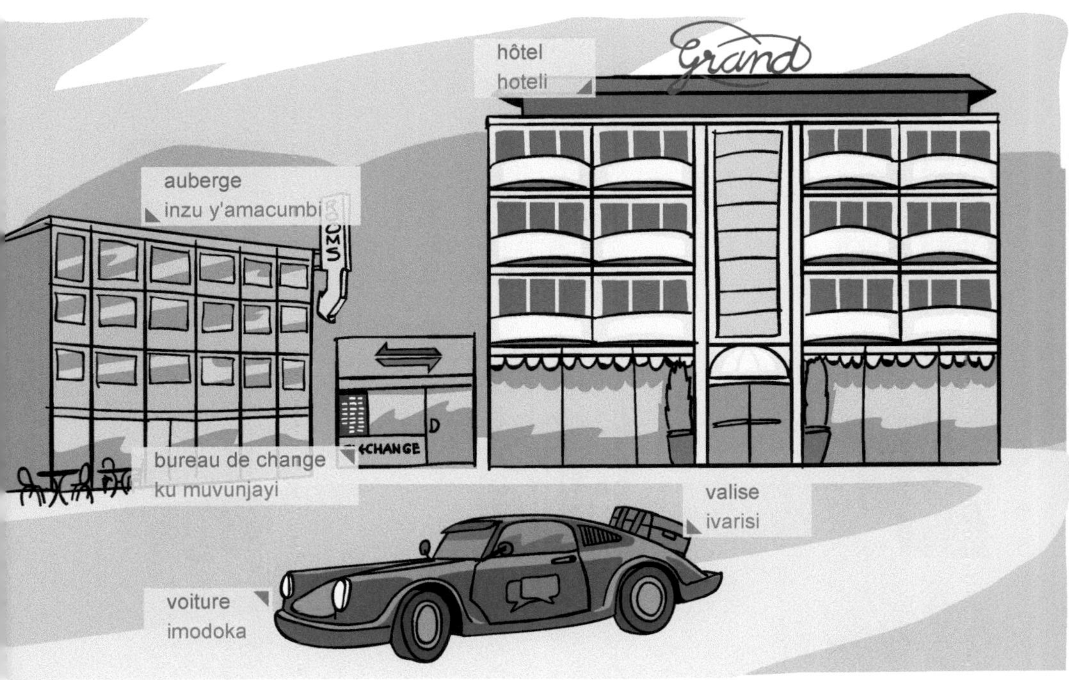

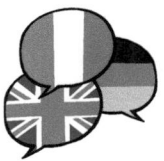

langue
ururimi

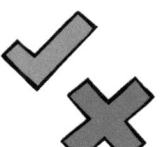

oui / non
yego / oya

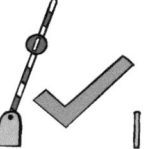

d'accord
Yego

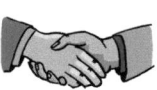

Salut
bite

interprète
umusemuzi

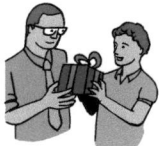

merci
Murakoze

Combien coûte...?

ni angahe...?

Je ne comprends pas

Sinsobanukiwe

problème

ikibazo

Bonsoir !

wiriwe!

Bonjour !

Waramutse

Bonne nuit !

Ijoro ryiza

Au revoir

bayi

direction

ikerekezo

bagages

imizigo

sac

igikapo

sac-à-dos

igikapo baheka

hôte

umushyitsi

pièce

icyumba

sac de couchage

agafuko baryamamo

tente

ihema

office de tourisme

amakuru y'ahasurwa na ba mukerarugendo

plage

ku musenyi wo ku mazi

carte de crédit

ikarita ya banki

petit-déjeuner

ifunguro ryo gusamura

déjeuner

ifunguro rya ku manywa

dîner

ifunguro rya nimugoroba

billet

itike

ascenseur

asanseri

timbre

itembure

frontière

umupaka

douane

gasutamo

ambassade

ambasade

visa

viza

passeport

pasiporo

transport
gutwara abantu n'ibintu

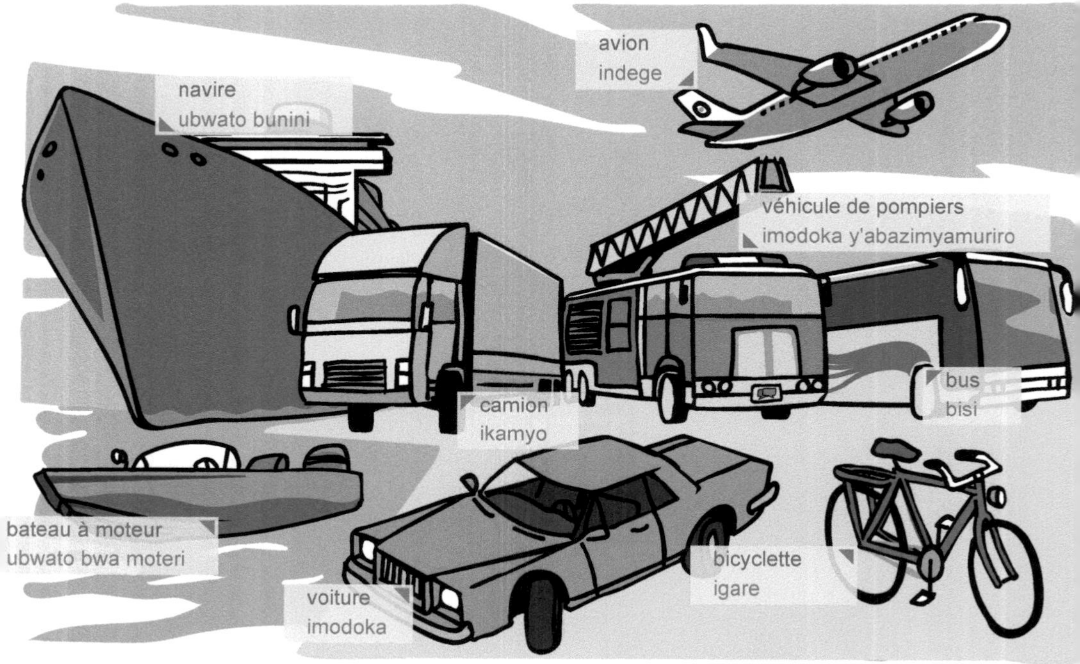

avion
indege
navire
ubwato bunini
véhicule de pompiers
imodoka y'abazimyamuriro
camion
ikamyo
bus
bisi
bateau à moteur
ubwato bwa moteri
bicyclette
igare
voiture
imodoka

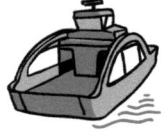

ferry

ubwato bwambutsa imizigo n'abantu

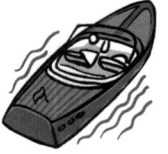

barque

ubwato

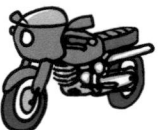

moto

ipikipiki

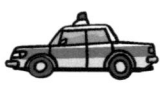

voiture de police

imodoka ya polisi

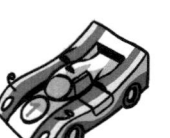

voiture de course

imodoka ya kuruse

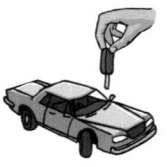

voiture de location

imodoka ikodeshwa

auto-partage

gusangira imodoka

voiture de remorquage

imodoka iterura izindi

benne à ordures

imodoka iyora imyanda

moteur

moteri

essence

lisansi

station d'essence

sitasiyo ya lisansi

panneau indicateur

icyapa kiyobora imodoka

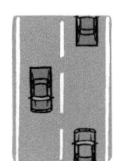

trafic

urujya n'uruza rw'imodoka

embouteillage

ambuteyaje

parking

parikingi y'imodoka

gare

gare ya gariyamoshi

rails

inzira ya gariyamoshi

train

gariyamoshi

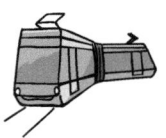

tramway

bisi ikoresha
amashanyarazi

wagon

agatete k'imizigo gakururwa
n'imodoka

hélicoptère

kajugujugu

aéroport

ikibuga k'indege

tour

umunara

passager

umugenzi

conteneur

konteneri

carton

ikarito

chariot

akagorofani ko mu iduka

corbeille

agaseke

décoller / atterrir

kuguruka / kururuka

ville
umugi

village

umudugudu

centre-ville

mu mujyi rwagati

maison

inzu

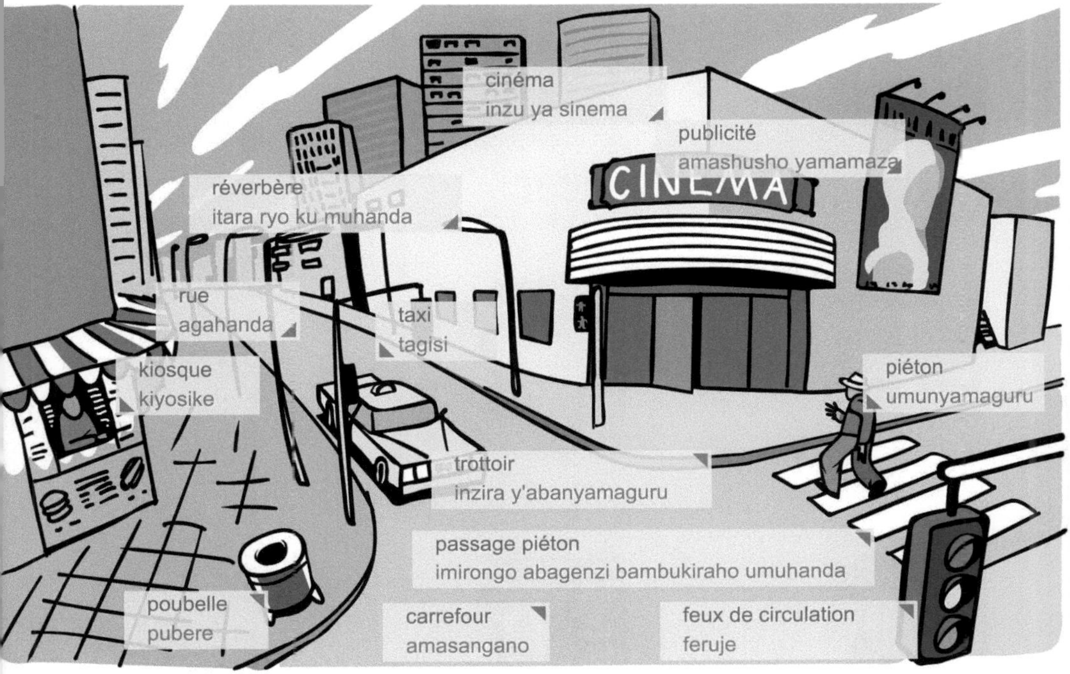

cinéma
inzu ya sinema

publicité
amashusho yamamaza

réverbère
itara ryo ku muhanda

CINEMA

rue
agahanda

taxi
tagisi

kiosque
kiyosike

piéton
umunyamaguru

trottoir
inzira y'abanyamaguru

passage piéton
imirongo abagenzi bambukiraho umuhanda

poubelle
pubere

carrefour
amasangano

feux de circulation
feruje

cabane

akaruri

appartement

inzu ifatanye n'izindi

gare

gare ya gariyamoshi

mairie

ibiro bya meya

musée

inzu ndangamurage

école

ishuri

ville - umugi

11

université

kaminuza

banque

banki

hôpital

ibitaro

hôtel

hoteli

pharmacie

farumasi

bureau

ibiro

librairie

inzu bagurishirizamo ibitabo

magasin

iduka

fleuriste

umucuruzi w'indabo

supermarché

amangazini manini

marché

isoko

grand magasin

idepo

poissonnerie

umucuruzi w'amafi

centre commercial

iduka rinini

port

icyambu

parc

parike

banque

intebe y'urubaho

pont

iteme

escaliers

amadarajya

métro

inzira yo munsi y'ubutaka

tunnel

umuhanda wo munsi y'ubutaka

arrêt de bus

icyapa cya bisi

bar

bare

restaurant

resitora

boîte à lettres

agasanduku k'amabaruwa

panneau indicateur

icyapa cyo ku muhanda

parcmètre

mubazi ya parikingi

zoo

zoo

piscine

pisine

mosquée

umusigiti

ferme

ifamu

pollution

kwangiza umwuka

cimetière

irimbi

église

ikiriziya

aire de jeux

ikibuga k'imikino

temple

urusengero

paysage
umurambi

feuille
ikibabi

panneau indicateur
icyapa kiyobora

chemin
inzira

pré
umukenke

pierre
ibuye

arbre
igiti

randonneur
umuntu utembera mu misozi

rivière
umugezi

herbe
ibyatsi

fleur
indabo

vallée

ikibaya

montagne

agasozi

lac

ikiyaga

forêt

ishyamba

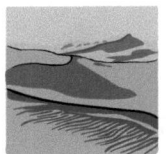

désert

ubutayu

volcan

ikirunga

château

ingoro

arc-en-ciel

umukororombya

champignon

icyobo

palmier

ikigazi

moustique

umubu

mouche

isazi

fourmis

intozi

abeille

uruyuki

araignée

igitagangurirwa

paysage - umurambi

coléoptère

ikivumvuri

grenouille

igikeri

écureuil

inkima

hérisson

imbuni

lièvre

urukwavu

chouette

igihunyira

oiseau

inyoni

cygne

igishuhe

sanglier

isatura

cerf

ingeragere

élan

impongo

barrage

urugomero

éolienne

igipanga kikaraga kikazana
umuyaga

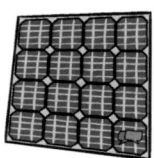

panneau solaire

urubaho rukurura imirasire

climat

ikirere

serveur
umuseriveri

menu
ibiryo byateguwe

chaise
intebe

soupe
isupu

pizza
piza

couverts
ibikoresho byo kumeza

nappe
igitambaro cyo gutegura ku meza

hors d'œuvre

aperitifu

plat principal

isahani nkuru

dessert

deseri

boissons

ibinyobwa

alimentation

ibiribwa

bouteille

icupa

fast-food

ibiryo barya bagenda

plats à emporter

ibiryo byo kumuhanda

théière

ibirika y'icyayi

sucrier

agakombe k'isukari

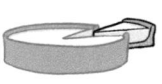

portion

isahani y'ibiryo

machine à expresso

imashini y'ikawa ya esipereso

chaise haute

intebe ndende

facture

inyemezabuguzi

plateau

ipurato

couteau

icyuma

fourchette

ikanya

cuillère

ikiyiko

cuillère à thé

akayiko k'icyayi

serviette

seriviyete

verre

ikirahure cyo kunywesha

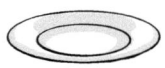

assiette

isahani

assiette à soupe

isahani y'isupu

soucoupe

agasutasi

sauce

isosi

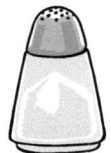

salière

agacupa k'umunyu

moulin à poivre

agasekuru k'urusenda

vinaigre

vinegere

huile

amavuta

épices

ibirunge

ketchup

kecapu

moutarde

mutaride

mayonnaise

mayonezi

supermarché
amangazini manini

offre promotionnelle
igiciro kidasanzwe
FOR
client
umukiriya
produits laitiers
ibiva mu mata
fruits
imbuto
chariot
akagorofani ko mu iduka

BUTCHERS

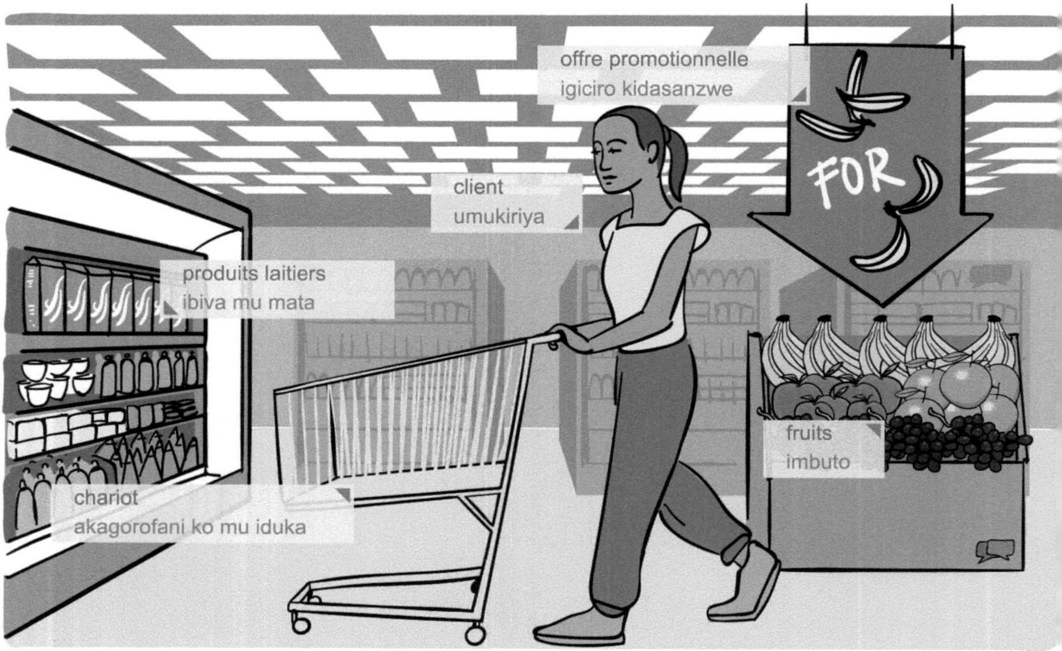

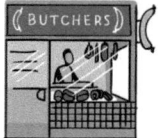

boucherie

busheri

BAKERY

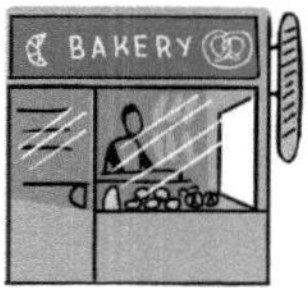

boulangerie

buranjeri

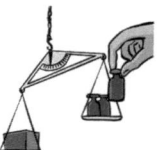

peser

gupima ibiro

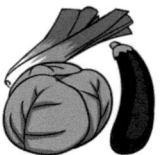

légumes

imboga

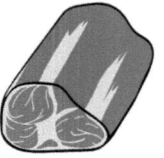

viande

inyama

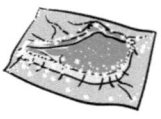

aliments surgelés

ibiryo bakonjesheje

charcuterie

inyama zikonje

conserves

ibiryo byo mu makopo

poudre à lessive

isabune y'ifu

bonbons

bombo

articles ménagers

ibikoresho byo mu rugo

détergents

imiti isukura

vendeuse

umucuruzikazi

caisse

kukesa

caissier

umubitsi

liste d'achats

urutonde rwo guhaha

heures d'ouverture

amasaha haba hafunguye

portefeuille

ipotomoni

carte de crédit

ikarita ya banki

sac

umufuka

sac en plastique

imifuko ya pulasitike

eau
amazi

jus de fruit
umutobe

lait
amata

coca
koka

vin
divayi

bière
byeri

alcool
inzoga

chocolat chaud
shokora ishyushye

thé
icyayi

café
ikawa

expresso
ikawa ya esipereso

cappuccino
kapucino

banane

umuneke

pomme

pome

orange

icunga

melon

wotameloni

citron

indimu

carotte

karoti

ail

tungurusumu

bambou

umugano

oignon

urutunguru

champignon

icyoba

noisettes

ubunyobwa

pâtes

amakaroni

spaghetti

spageti

riz

umuceri

salade

salade

pommes frites

udufiriti

pommes de terre rôties

ibirayi by'ifiriti

pizza

piza

hamburger

hamburugeri

sandwich

sanduwici

escalope

escalope

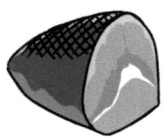

jambon

jambo

salami

salami

saucisse

sosiso

poulet

inkoko

rôti

kotsa

poisson

ifi

flocons d'avoine

igikoma cy'uburo

muesli

pisitashi

cornflakes

impeke

farine

ifu

croissant

kuruwasa

petits-pains

amandazi

pain

umugati

pain grillé

umugati wumishijwe

biscuits

ibisuguti

beurre

amavuta

le fromage blanc

forumaje year

gâteau

keke

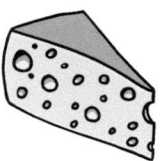

œuf

igi

œuf au plat

umureti

fromage

forumaje

glace

ayisikirimu

sucre

isukari

miel

ubuki

confiture

konfitire

crème nougat

shokora

curry

kiri

ferme
ifamu

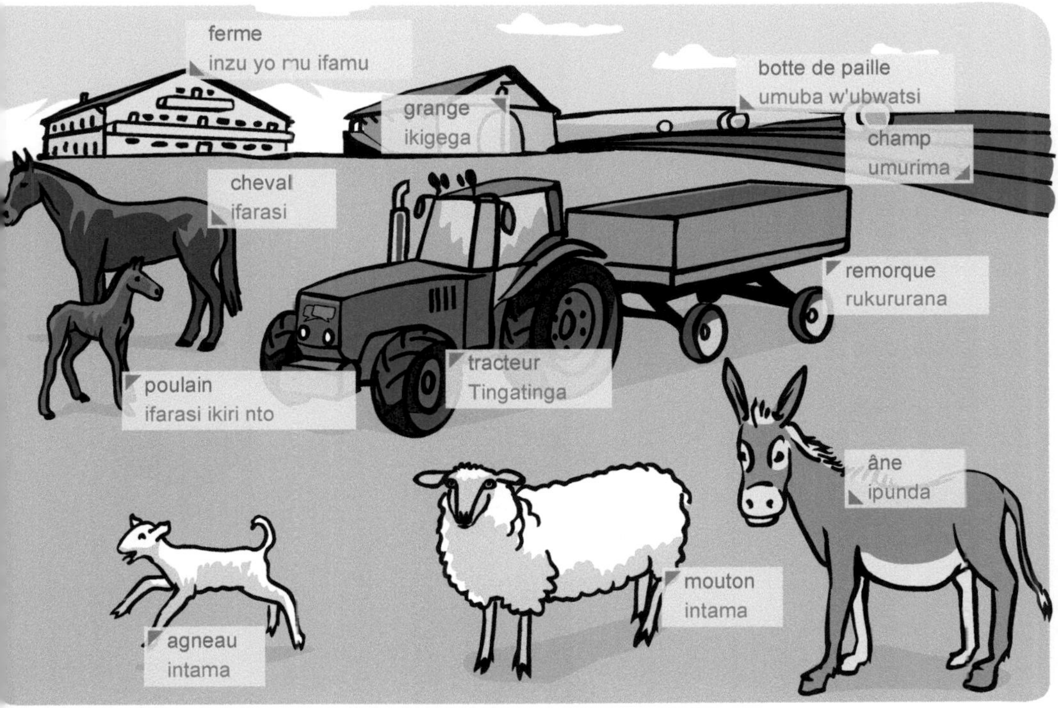

ferme
inzu yo mu ifamu
grange
ikigega
botte de paille
umuba w'ubwatsi
champ
umurima
cheval
ifarasi
remorque
rukururana
poulain
ifarasi ikiri nto
tracteur
Tingatinga
âne
ipunda
mouton
intama
agneau
intama

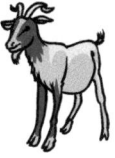

chèvre

ihene

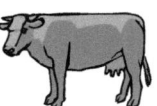

vache

inka

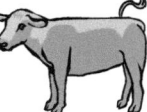

veau

umutavu

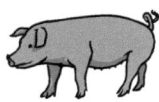

porc

ingurube

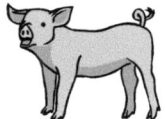

porcelet

ikibwana k'ingurube

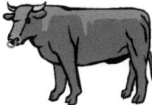

taureau

ikimasa

oie

igishuhe

canard

imbata

poussin

umushwi

poule

inkokokazi

coq

isake

rat

imbeba

chat

injangwe

souris

imbeba

bœuf

ikimasa

chien

imbwa

chenil

ikiruka

tuyau de jardin

itiyo ijyana mu karima

arrosoir

arozuwari

faucheuse

najuru

charrue

imashini ihinga

faucille

najuru

pioche

isuka

fourche

rato

hache

ishoka

brouette

ingorofani

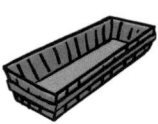

cuve

ikibumbiro

pot à lait

inkongoro

sac

igunira

clôture

urugo

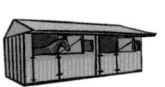

étable

ikiraro

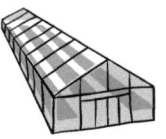

serre

inzu ihingwamo

sol

ubutaka

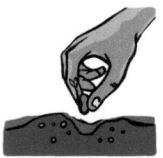

semences

imbuto zo gutera

engrais

ifumbire

moissonneuse-batteuse

imashini isarura

récolter

gusarura

récolte

umusaruro

igname

ibikoro

blé

ingano

soja

soya

pomme de terre

ikirayi

maïs

ikigori

colza

umwayi weze

arbre fruitier

igiti k'imbuto

manioc

umwumbati

céréales

impeke

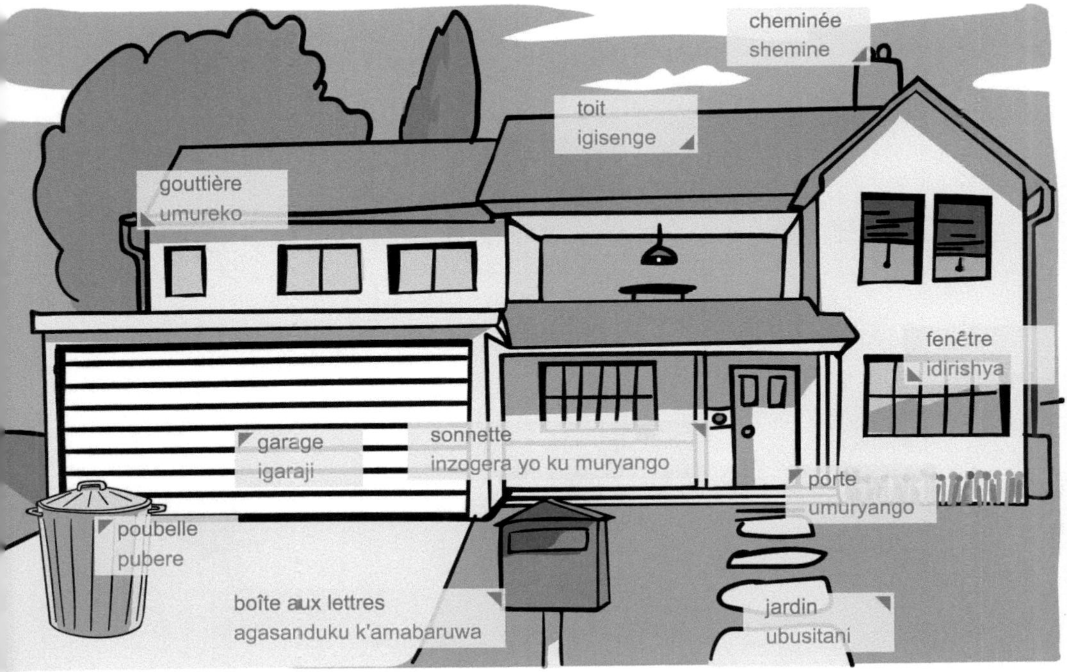

cheminée
shemine

toit
igisenge

gouttière
umureko

fenêtre
idirishya

garage
igaraji

sonnette
inzogera yo ku muryango

porte
umuryango

poubelle
pubere

boîte aux lettres
agasanduku k'amabaruwa

jardin
ubusitani

salon

icyumba cy'uruganiriro

salle de bain

ubwogero

cuisine

igikoni

chambre à coucher

icyumba cyo kuraramo

chambre d'enfant

icyumba cy'abana

salle à manger

uburiro

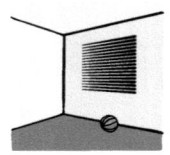

sol

hasi

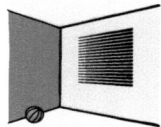

mur

urukuta

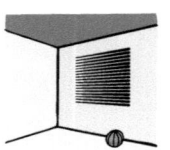

plafond

purafo

cave

kave

sauna

sawuna

balcon

urubaraza

terrasse

ku rubaraza

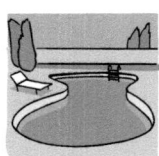

piscine

pisine

tondeuse à gazon

imashini ikupakupa

housse

umwenda utwikira

couette

kuvureri

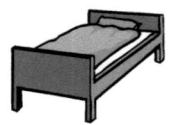

lit

igitanda

balai

umweyo

sceau

indobo

interrupteur

enteributeri

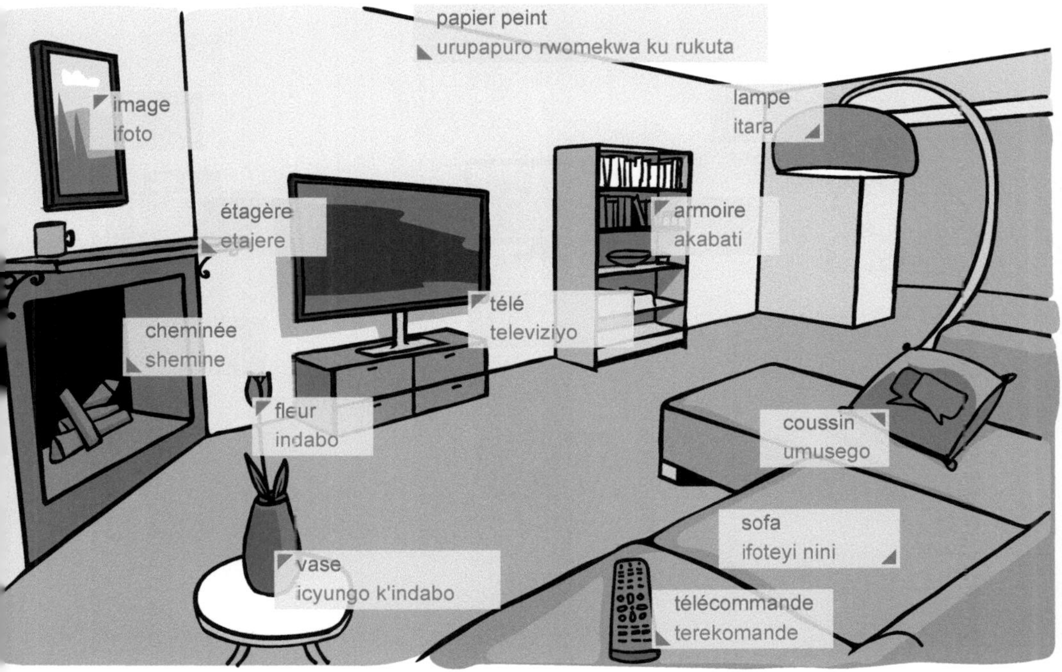

papier peint
urupapuro rwomekwa ku rukuta

image
ifoto

lampe
itara

étagère
etajere

armoire
akabati

télé
televiziyo

cheminée
shemine

fleur
indabo

coussin
umusego

vase
icyungo k'indabo

sofa
ifoteyi nini

télécommande
terekomande

tapis

itapi

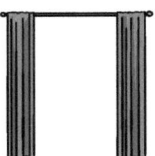

rideau

rido

table

ameza

chaise

intebe

chaise à bascule

intebe yizengurutsa

fauteuil

ifoteyi

livre

igitabo

couverture

uburingiti

décoration

umutako

bois de chauffage

inkwi

film

filimi

chaîne hi-fi

ibikoresho bya hifi

clé

urufunguzo

journal

ikinyamakuru

peinture

ishusho

poster

icyapa

radio

iradiyo

bloc-notes

ikarine

aspirateur

umweyo wa kizungu
ukoresha umwka

cactus

ikimungu

bougie

buji

cuisine
igikoni

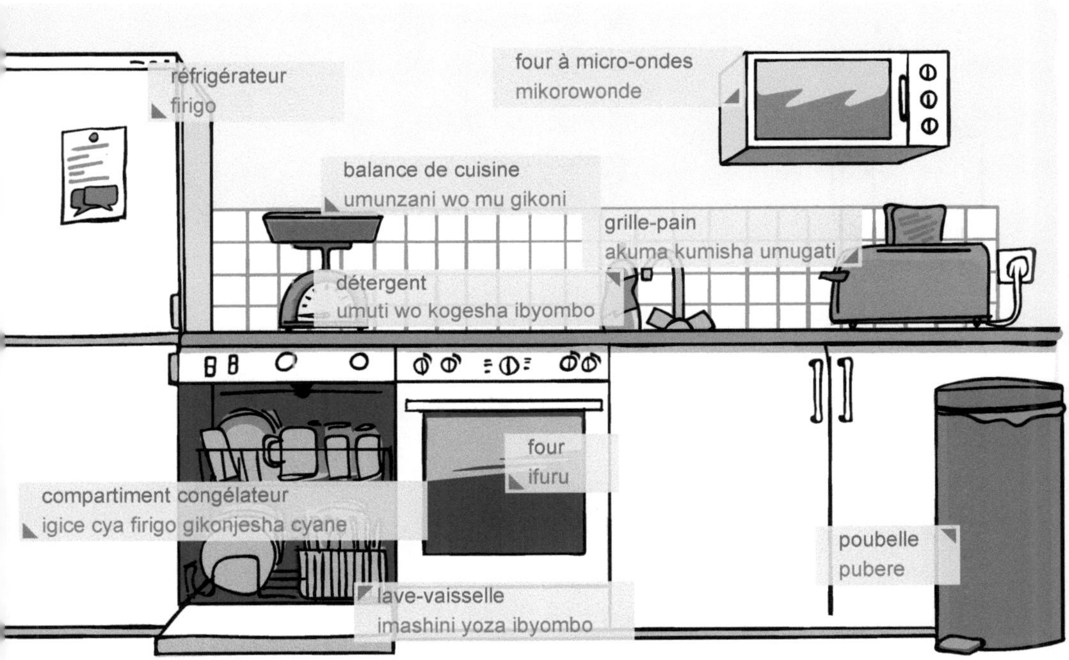

réfrigérateur
firigo
four à micro-ondes
mikorowonde
balance de cuisine
umunzani wo mu gikoni
grille-pain
akuma kumisha umugati
détergent
umuti wo kogesha ibyombo
four
ifuru
compartiment congélateur
igice cya firigo gikonjesha cyane
poubelle
pubere
lave-vaisselle
imashini yoza ibyombo

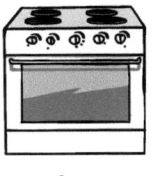

four
iziko

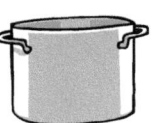

casserole
icyungo

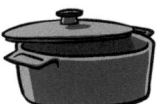

marmite
inkono y'icyuma

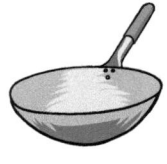

wok / kadai
ipanu ifukuye cyane

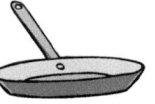

poêle
ipanu

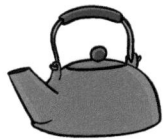

bouilloire electrique
ibirika

cuiseur vapeur

isafuriya ya peresiyo

plaque de cuisson

isahani yo mu ifuru

vaisselle

ibyombo

gobelet

igikombe

coupe

isorori

baguettes

uduti abashinwa barisha

louche

ikiyiko kigabura

spatule

Ikiyiko cyarura ifiriti

fouet

umutozo

passoire

paswari

tamis

akayunguruzo

râpe

agaharuzo ka karoti

mortier

isekuru

barbecue

icyokezo

cheminée

shomine

planche à découper

akabaho ko gukatiraho
imboga

rouleau à pâtisserie

umwuko

tire-bouchon

urufunguzo rwa divayi

boîte

agakopo

ouvre-boîte

urufunguzo rw'amakopo

maniques

umukondo w'icyungo

lavabo

ravabo

brosse

uburoso

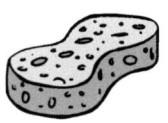

éponge

iponji

mixeur

mixer

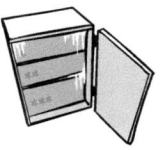

congélateur

firigo itambitse

biberon

bibero

robinet

robine

salle de bain

ubwogero

douche
robine imishagira amazi ku mubiri mu bwogero
chauffage
umushyushya
serviette
isume
rideau de douche
rido y'ubwogero
bain moussant
isabune y'ifuro yo koga
baignoire
umuvure w'ubwogero
verre
ikirahure cyo kunywesha
machine à laver
imashini imesa
robinet
robine
carrelage
amakaro
pot
igikono bitumamo
lavabo
ravabo

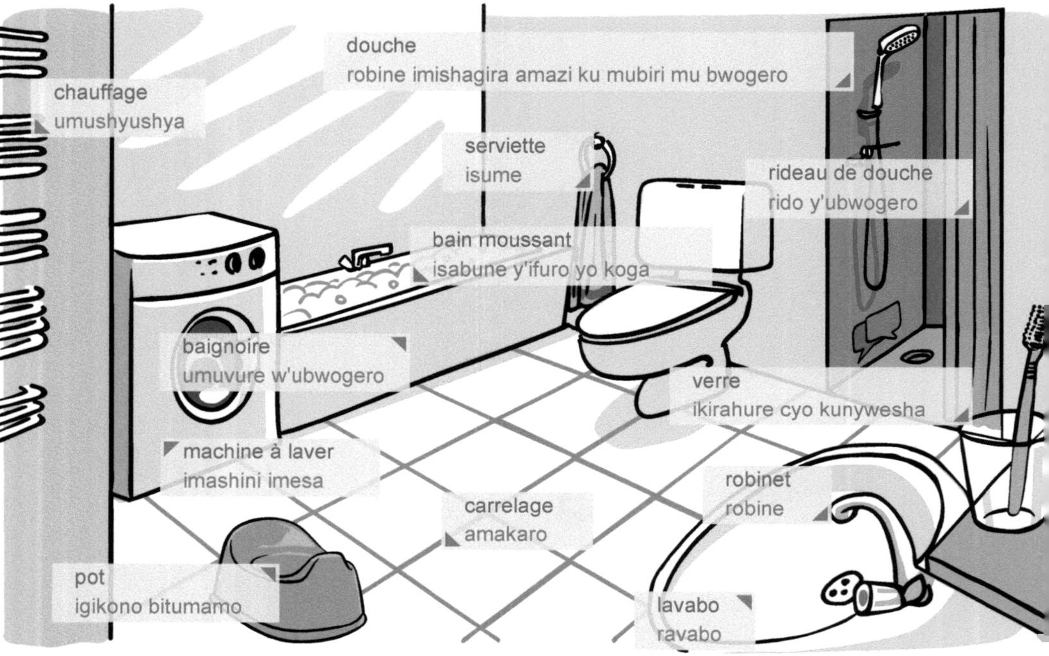

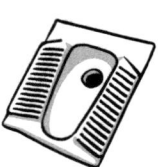

toilettes

ubwiherero

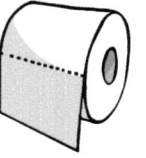

toilette à la turque

umusarani wo gusutama

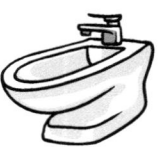

bidet

igikono cy'ubwiherero bwo mu nzu

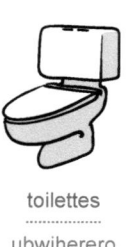

urinoir

aho bihagarika

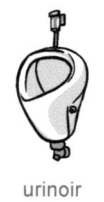

papier toilette

papiyejenike

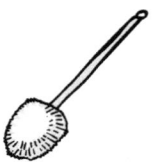

brosse à toilette

uburoso bwo mu bwiherero

brosse à dents

uburoso bw'amenyo

dentifrice

korogati

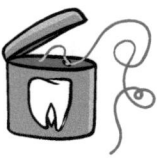

fil dentaire

akagozi ko kwihaganyuza
amenyo

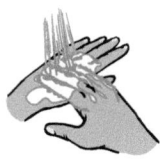

laver

gukaraba

douche manuelle

akamishagira amazi ku
mubiri bafata mu ntoki

douche intime

ubwogero bw'amazi yisuka

vasque

lavabo bakarabiramo intoki

brosse dorsale

uburoso bwo kwitsiritisha
mu mugongo

savon

isabune

gel douche

isabune yo mu bwogero

shampooing

isabune yo kumeshesha
umusatsi

gant de toilette

icyangwe cyo kwiyuhagiza

écoulement

kuyobora amazi yanduye

crème

ikimuri

déodorant

umubavu

miroir

ikirori cyo mu ntoki

miroir cosmétique

ikirori cyo mu ntoki

rasoir

urwembe

mousse à raser

ifuro ryo kurinda imiburu

après-rasage

umuti ukingira imiburu

peigne

igisokozo

brosse

uburoso

sèche-cheveux

imashini yumisha umusatsi

laque pour cheveux

amarashi y'umusatsi

fond de teint

igishahuro cyo kwitera

rouge à lèvres

rujalevure

vernis à ongles

verini y'inzara

ouate

ipamba

coupe-ongles

agasena inzara

parfum

umubavu

trousse de toilette

agafuka k'ibikoresho byo
mu bwogero

tabouret

intebe

pèse-personne

umunzani

peignoir

ikanzu yo kujyana mu
bwogero

gants de nettoyage

udupfukantoki two
gusukuza

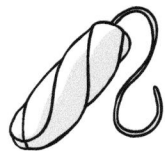

tampon

urubindo

serviettes hygiéniques

udupapuro two
kwihanaguza mu bwiherero

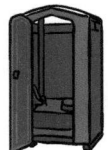

toilette chimique

ubwiherero bwimukanwa

chambre d'enfant
icyumba cy'abana

réveil
inzogera y'isaha ikangura
doudou
igipupe gikoze mu myenda
voiture jouet
udukinisho tw'imodoka
hochet
ikinyuguri
maison de poupée
inzu y'ibipupe
cadeau
impano

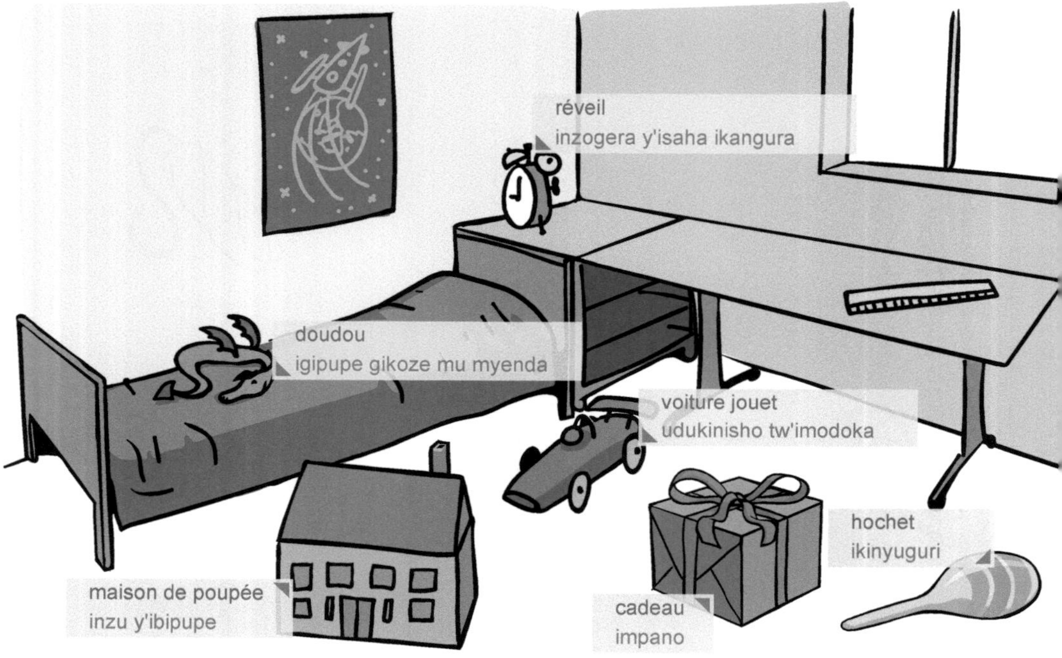

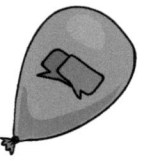

ballon

ballon

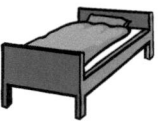

lit

igitanda

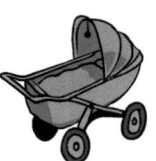

poussette

agapusipusi

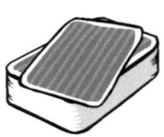

jeu de cartes

amakarita

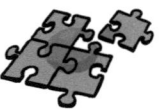

puzzle

kubaka ishusho bacagaguye

SUPER MEGA

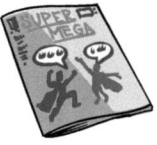

bande dessinée

inkuru isetsa

pièces lego

gucomekanya udutafari

blocs de construction

udutafari tw'udukinisho

figurine

igikinisho

grenouillère

ipinjama y'uruhinja

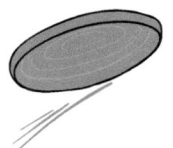

frisbee

gutera indege

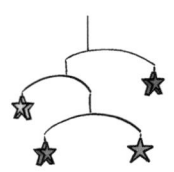

mobile

terefoni ngendanwa

jeu de société

imikino yo kuganririraho

dé

igisoro

train miniature

gariyamoshi y'igikinishc

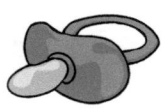

sucette

ikinyonyo

fête

umunsi mukuru

livre d'images

arubumu

balle

umupira

poupée

agapupe

jouer

gukina

bac à sable
....
igikarito cy'umucanga

balançoire
....
urwicundo

jouets
....
ibikinisho

console de jeu
....
agasanduku k'imikino yo
kuri videwo

tricycle
....
akagare k'imipine itatu

ours en peluche
....
igipupe k'ibyoya

armoire
....
akabati k'imyenda

chaussettes
....
amasogisi

bas
....
amasogisi afatanye n'ikariso

collant
....
kora

écharpe
akitero

parapluie
umutaka

ceinture
umukandara

t-shirt
agapira ko hejuru

bottes
bote

pantoufles
inkweto zo kubyukana

baskets
superese

sandales
isandari

chaussures
inkweto

bottes de caoutchouc
bote za kawucu

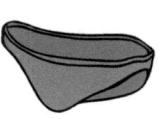

sous-vêtements
imyenda y'imbere

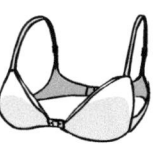

soutien-gorge
isutiye

maillot de corps
isengeri

body
body

pantalon
ipantalo

jean
ikoboyi

jupe
ijipo

chemisier
ishati y'abagore

chemise
ishati

pull
umupira w'imbeho

sweat à capuche
umupira w'ingofero

veste
agakoti

veste
ijaketi

manteau
ikoti

imperméable
ikoti ry'imvura

costume
umwambaro w'ibikino

robe
ikanzu

robe de mariée
ikanzu y'abageni

costume

kostitimu

chemise de nuit

ikanzu yo kurarana

pyjama

ipinjama

sari

umukenyero w'abahindikazi

foulard

igitambaro cyo mu mutwe

turban

urugori

burqa

umwitandiro uhisha isura

caftan

ikanzu ndende

abaya

igishura

maillot de bain

imyenda yo
kwidumbaguzanya

maillot de bain

ikariso yo
kwidumbaguzanya

short

ikabutura

tenue d'entraînement

tereningi

tablier

itaburiya

gants

udupfukantoki

bouton
igipesu

lunettes
amadarubindi

bracelet
igikomo

collier
umukufi

bague
impeta

boucle d'oreille
iherena

bonnet
ingofero

cintre
porutemanto

chapeau
ingofero

cravate
karuvati

fermeture éclair
imashini yo ku mwenda

casque
kasike

bretelles
amaburuteri

uniforme scolaire
umwambaro w'ishuri

uniforme
impuzankano

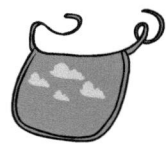

bavoir

agakingirankonda

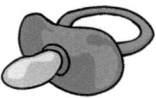

sucette

ikinyonyo

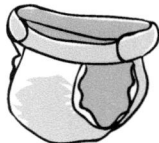

lange

amaranje

bureau
ibiro

serveur
seriveri
armoire d'archivage
akabati k'impapuro
imprimante
empirimante
papier
urupapuro
écran
ekara
souris
suri
bureau
ameza yo kwandikiraho
classeur
karaseri
clavier
karaviye
corbeille à papier
pubere
ordinateur
mudasobwa
chaise
intebe

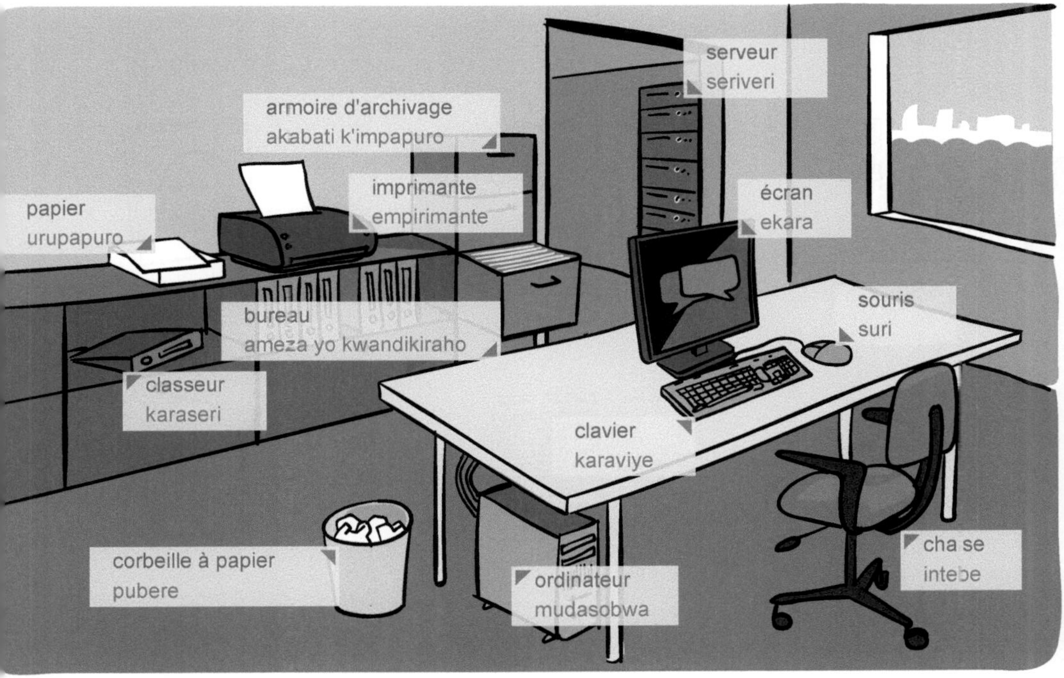

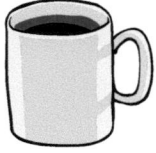

tasse de café

igikombe k'ikawa

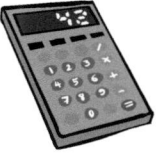

calculatrice

akabarisho

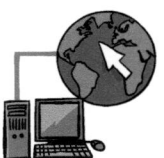

internet

enterineti

ordinateur portable

laputopu

lettre

ibaruwa

message

ubutumwa

portable

ngendanwa

réseau

netiwake

photocopieuse

fotokopiyeze

logiciel

porogaramu

téléphone

telefoni

prise

purize

fax

imashini yohereza fagisi

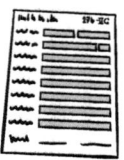

formulaire

fomu

document

inyandiko

acheter
kugura

payer
kwishyura

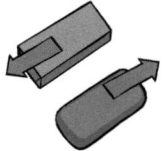

faire du commerce
gucuruza

monnaie
amafaranga

dollar
idorari

euro
iyero

yen
iyeni

rouble
irubure

franc suisse
ifaranga ry'irisuwisi

renminbi yuan
iriyuwani

roupie
irupi

distributeur automatique
icyuma cya banki
babikurizaho

bureau de change
ku muvunjayi

or
zahabu

argent
feza

pétrole
peteroli

énergie
ingufu z'amashanyarazi

prix
igiciro

contrat
kontaro

taxe
tagisi

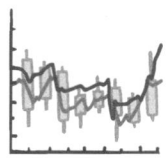

action
isoko ryo kugura no kugurisha

travailler
gukora

employé
umukozi

employeur
umukoresha

usine
uruganda

magasin
iduka

agent de police
umupolisi

pompier
umuzimyamuriro

cuisinier
umutetsi

médecin
muganga

pilote
umupilote

jardinier
umujaridiniye

menuisier
umubaji

couturière
umudozi

juge
umucamanza

chimiste
umunyabutabire

acteur
umukinnyi wa filimi

conducteur de bus

umushoferi wa bisi

chauffeur de taxi

umushoferi wa tagisi

pêcheur

umurobyi

femme de ménage

umugore ushinzwe gukora isuku

couvreur

umufundi usakara

serveur

umuseriveri

chasseur

umuhigi

peintre

umuntu usiga irangi

boulanger

Umuntu ukora imigati

électricien

Umuntu ukora mu mashanyarazi

ouvrier

umufundi

ingénieur

injenyeri

boucher

umubazi

plombier

umutnu ukora mu mazi

facteur

umuparanto

soldat

umusirikare

architecte

umwubatsi

caissier

umubitsi

fleuriste

umuntu ukora mu by'indabo

coiffeur

kimyozi

contrôleur

komvuwayeri

mécanicien

umukanishi

capitaine

kapiteni

dentiste

muganga w'amenyo

scientifique

umuhanga muri siyansi

rabbin

rabi

imam

imamu

moine

umumwane

prêtre

umuyobozi w'idini

outils
ibikoresho

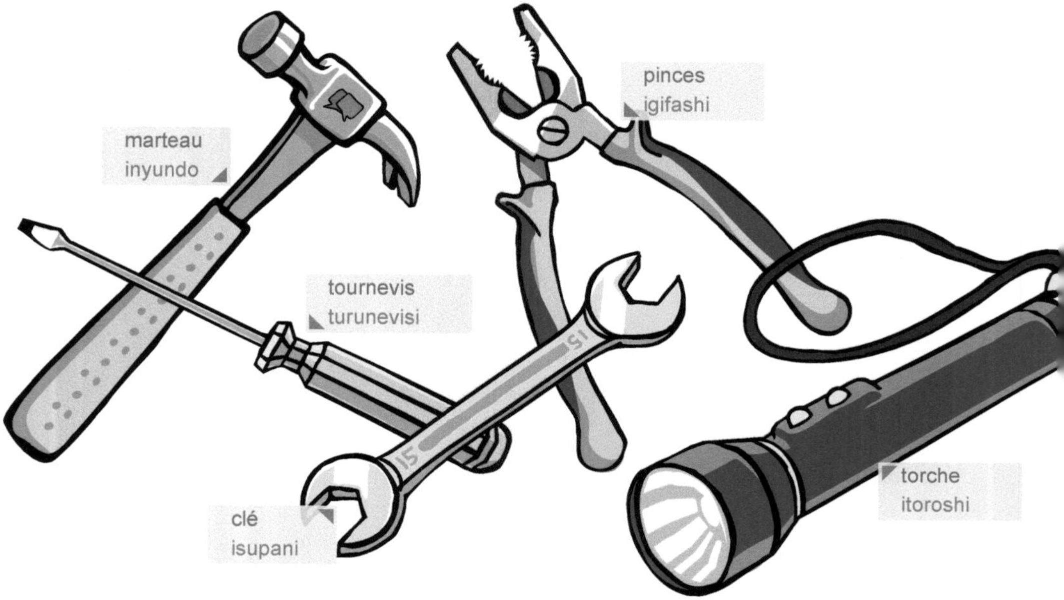

marteau
inyundo
pinces
igifashi
tournevis
turunevisi
clé
isupani
torche
itoroshi

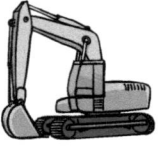

pelleteuse

ipiki

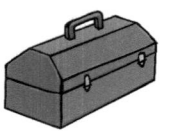

boîte à outils

isanduku y'ibikoresho

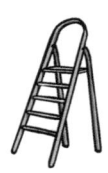

échelle

urwego

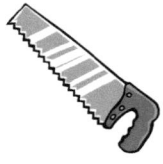

scie

urukero

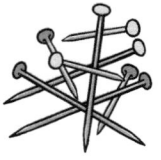

clous

imisumari

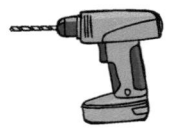

perceuse

itindo

réparer

gusana

pelle

igitiyo

Mince !

wo gacwa we

pelle

igitiyo

pot de peinture

igikombe k'irangi

vis

amavisi

instruments de musique
ibyuma by'umuziki

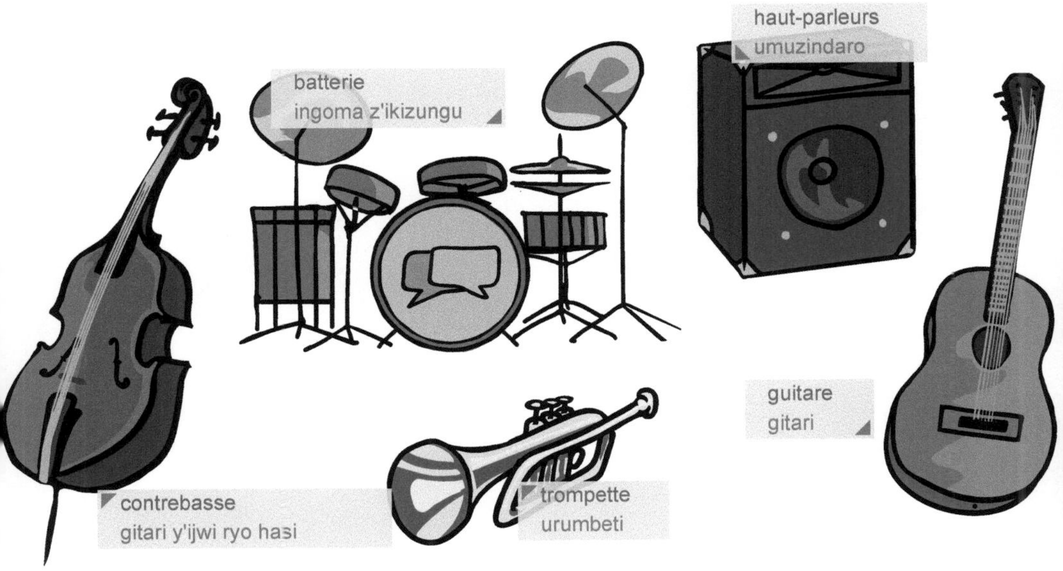

haut-parleurs
umuzindaro

batterie
ingoma z'ikizungu

guitare
gitari

contrebasse
gitari y'ijwi ryo hasi

trompette
urumbeti

piano
piyano

violon
iningiri

basse
gitari idunda

timbales
sembare

tambour
ingoma

piano électrique
inanga ya kizungu

saxophone
sagisofone

flûte
umwirongi

microphone
indangururamajwi

entrée
umuryango

tigre
igitaragwe

cage
ikibuti

zèbre
imparage

alimentation animale
ibiryo by'amatungo

panda
panda

animaux

inyamaswa

éléphant

inzovu

kangourou

kanguru

rhinocéros

inkura

gorille

ingagi

ours

idubu

chameau

ingamiya

autruche

imbuni

lion

intare

singe

inguge

flamand rose

uruyongoyongo

perroquet

gasuku

ours polaire

idubu yo mu bukonie

pingouin

inyoni yo ku mazi

requin

igifi kinini

paon

inyoni y'amasunzu

serpent

inzoka

crocodile

ingona

gardien de zoo

umurinzi

phoque

umuhuri

jaguar

ingwe

poney

icyana k'ifarasi

léopard

ingwe

hippopotame

imvubu

girafe

umusumbarembo

aigle

inkona

sanglier

isatura

poisson

ifi

tortue

akanyamasyo

morse

igifi k'imikaka

renard

umuhari

gazelle

isha

american Football
Futuboro y'abanyamerika

cyclisme
gusiganwa ku magare

tennis
tenisi

basket-ball
Basiketi

natation
umukino wo koga

boxe
umukino w'amakofe

hockey sur glace
Hoke yo ku rubura

football
umupira w'amaguru

badminton
umukino wa badminton

athlétisme
abakina imikino
ngororamubiri

handball
handibolo

ski
guserereka kuri neje

polo
polo

activités
ibikorwa

rire
guseka
sauter
gusimbuka
embrasser
guhobera
marcher
kugenda
chanter
kuririmba
rêver
kurota
prier
gusenga
faire la bise
gusomana

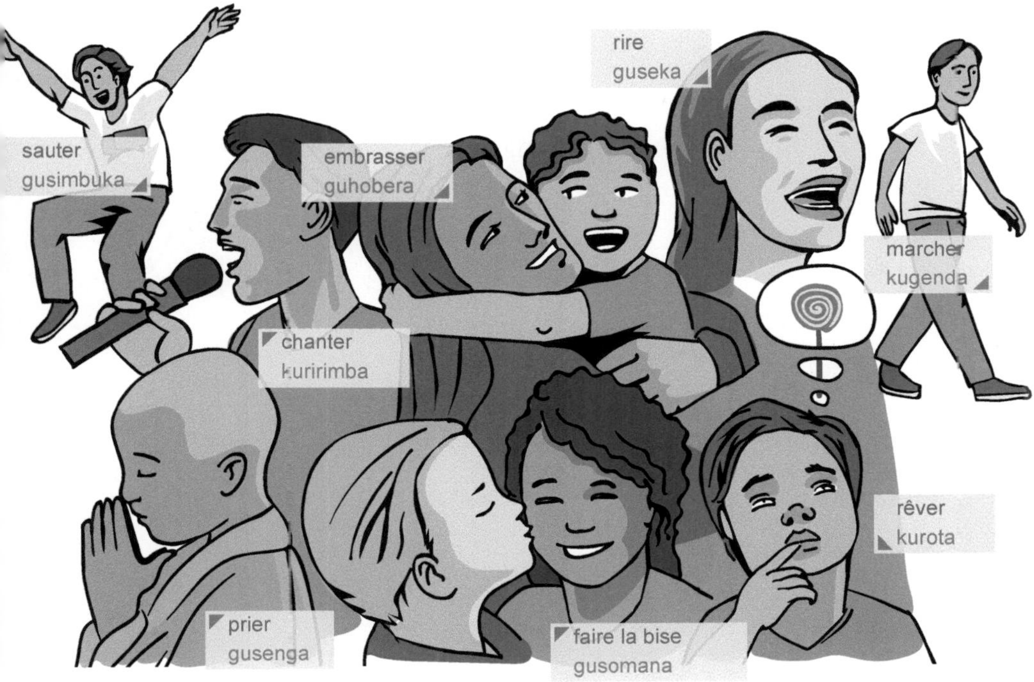

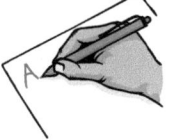

écrire

kwandika

dessiner

gushushanya

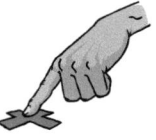

montrer

kwerekana

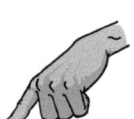

pousser

gusunika

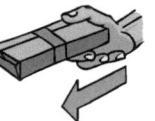

donner

gutanga

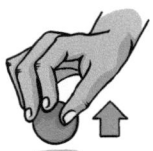

prendre

gufata

avoir

kugira

faire

gukora

être

kuba

être debout

guhaguruka

courir

kwiruka

trier

gukurura

jeter

kujugunya

tomber

kugwa

être couché

kuryama

attendre

gutegereza

porter

kwikorera

être assis

kwicara

s'habiller

kwambara

dormir

gusinzira

se réveiller

gukanguka

regarder

kureba

pleurer

kurira

caresser

kwagaza

peigner

gusokoza

parler

kuvuga

comprendre

gusobanukirwa

demander

kubaza

écouter

kumva

boire

kunywa

manger

kurya

ranger

gushyira ku murongo

aimer

gukunda

cuire

guteka

conduire

gutwara imodoka

voler

kuguruka

faire de la voile

kugashya

calculer

kubara

lire

gusoma

apprendre

kwiga

travailler

gukora

se marier

kurongora

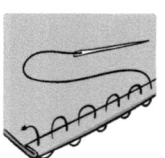

coudre

kudoda

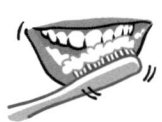

brosser les dents

uburoso bw'amenyo

tuer

kwica

fumer

kunywa itabi

envoyer

kohereza

grand-mère
nyogokuru

grand-père
sogokuru

père
papa

mère
mama

bébé
uruhinja

fille
umwana w'umukobwa

fils
umwana w'umuhungu

hôte

umushyitsi

tante

masenge

oncle

marume

frère

musaza wange

sœur

mushiki wange

corps
umubiri

front
agahanga k'imbere
œil
ijisho
épaule
urutugu
doigt
urutoki
visage
isura
menton
akananwa
main
ikiganza
jambe
ukuguru
poitrine
ibere
bras
ukuboko

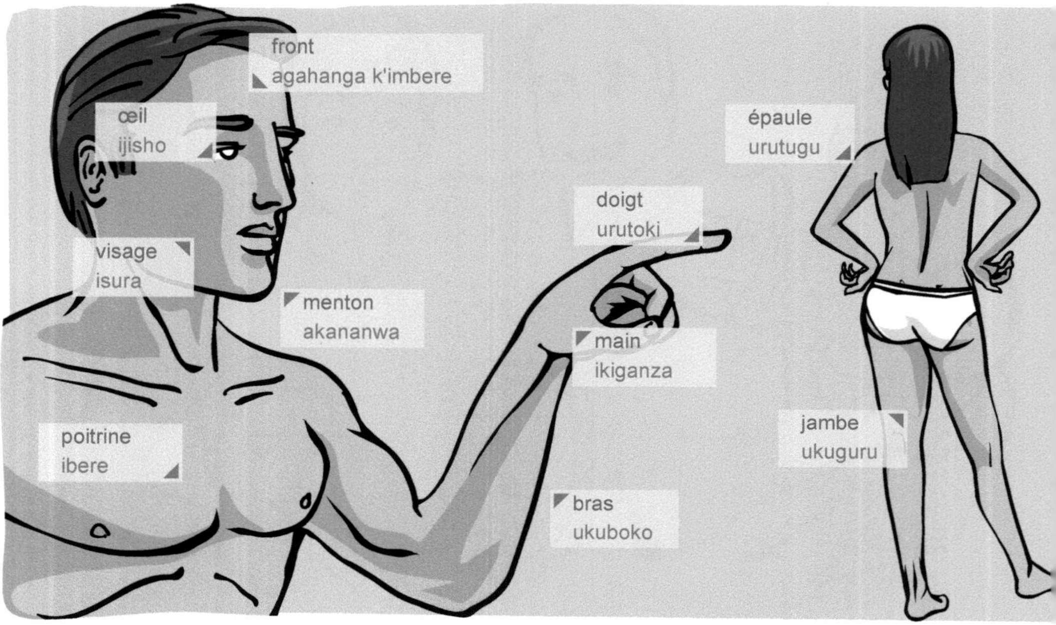

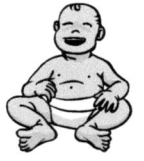

bébé
uruhinja

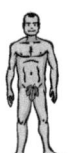

homme
umugabo

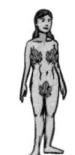

femme
umugore

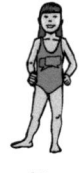

fille
umukobwa

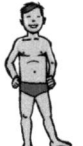

garçon
umuhungu

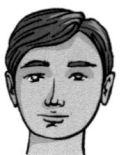

tête
umutwe

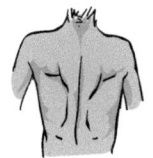

dos

umugongo

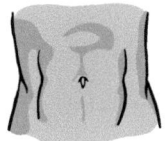

ventre

inda

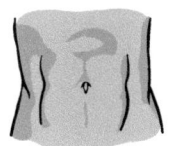

nombril

umukondo

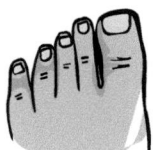

orteil

ino

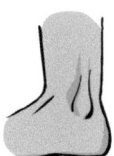

talon

agatsinsino

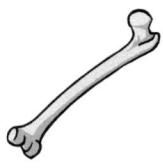

os

igufa

hanche

amayunguyungu

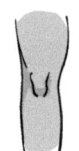

genou

ivi

coude

inkokora

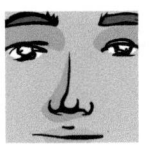

nez

izuru

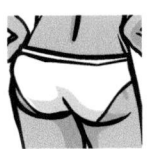

fesses

ikibuno

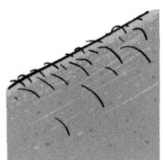

peau

uruhu

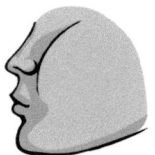

joue

itama

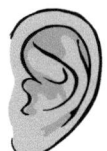

oreille

ugutwi

lèvre

umunwa

bouche

mu munwa

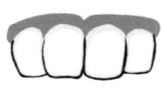

dent

iryinyo

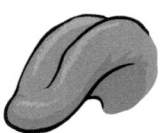

langue

ururimi

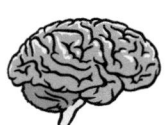

cerveau

ubwonko

cœur

umutima

muscle

umutsi

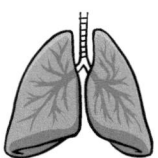

poumons

ibihaha

foie

umwijima

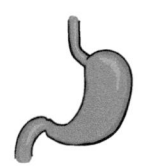

estomac

igifu

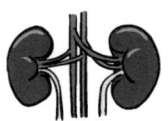

reins

impyiko

rapport sexuel

igitsina

préservatif

agakingirizo

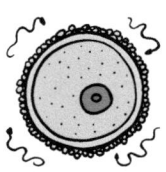

ovule

intanga

sperme

amasohoro

grossesse

gusama inda

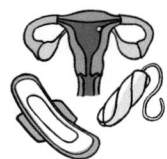

menstruation
imihango

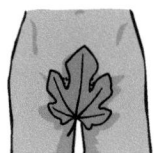

vagin
igituba

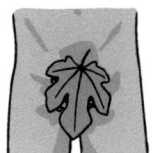

pénis
imboro

sourcil
ibitsike

cheveux
umusatsi

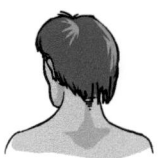

cou
ijosi

hôpital
ibitaro

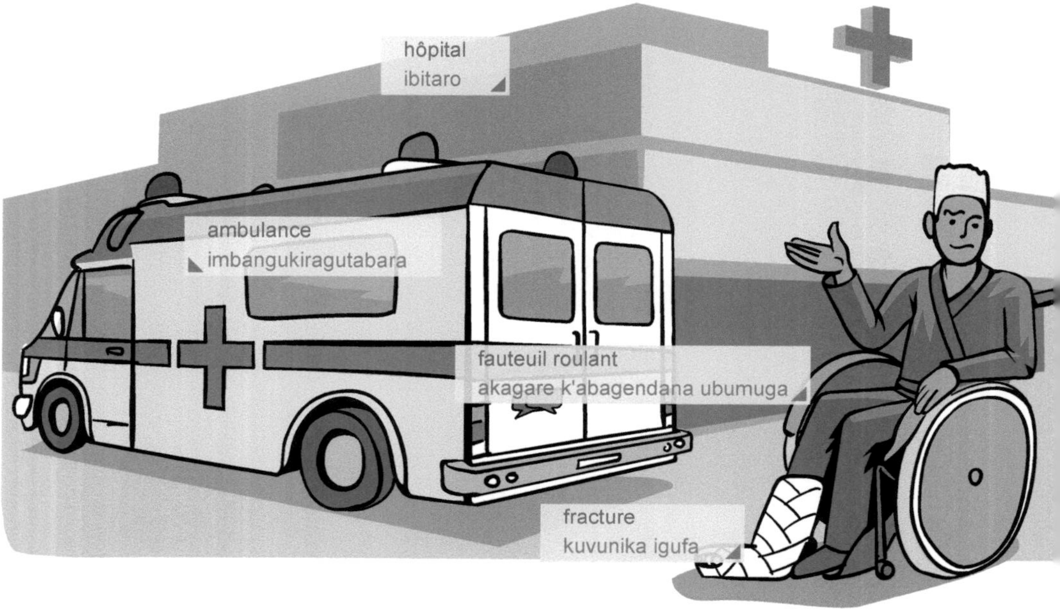

hôpital
ibitaro
ambulance
imbangukiragutabara
fauteuil roulant
akagare k'abagendana ubumuga
fracture
kuvunika igufa

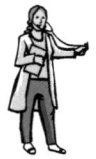

médecin

muganga

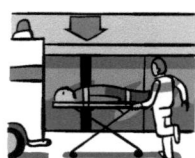

service des urgences

icyumba k'indembe

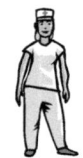

infirmière

umuforomo kazi

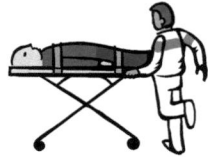

urgence

mu ndembe

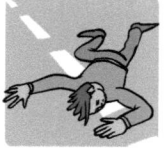

inconscient

guta ubwenge

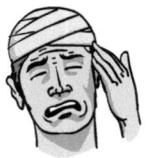

douleur

ububabare

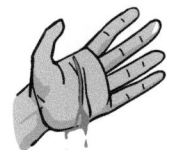

blessure
igikomere

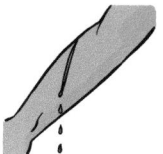

hémorragie
kuva amaraso

crise cardiaque
gufatwa n'umutima

attaque cérébrale
kuziba k'udutsi two mu bwonko

allergie
kwivumbura k'umubiri

toux
inkorora

fièvre
umuriro

grippe
ibicurane

diarrhée
impiswi

mal de tête
kurwara umutwe

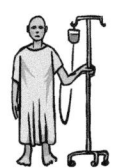

cancer
kanseri

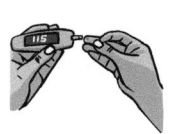

diabète
diyabete

chirurgien
muganga ubaga

scalpel
icyuma kibaga umurwayi

opération
kubagwa

hôpital - ibitaro

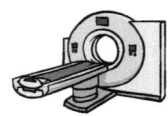

CT

ifoto yo mu cyuma

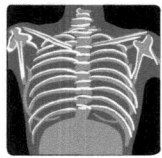

radiographie

radiyo

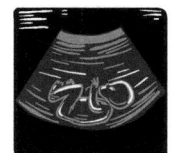

échographie

isuzuma rikoresha amajwi

masque

agapfukamunwa

maladie

indwara

salle d'attente

icyumba bategererezamo

béquille

imbago yo kwicumba

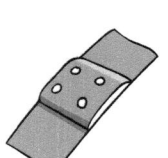

pansement

pasema

pansement

igipfuko

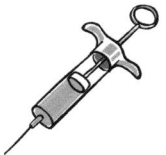

injection

urushinge

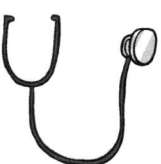

stéthoscope

igipimo cy'umutima

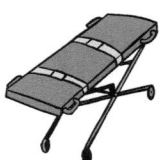

brancard

burankari

thermomètre

igipimo cy'umuriro

accouchement

ivuka

surcharge pondérale

umubyibuho ukabije

appareil auditif

nyunganirangingo y'amatwi

désinfectant

umuti wica mikorobe

infection

ubwandu

virus

virusi

VIH / sida

Virusi itera sida / Sida

médicament

ubuganga

vaccination

gukingira

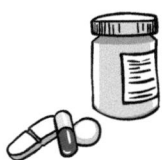

comprimés

ibinini

pilule

ikinini

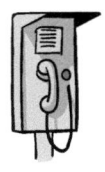

appel d'urgence

guhamagara byihutirwa

tensiomètre

igenzura ry'umuvuduko
w'amaraso

malade / sain

urwaye / ufite amagara
meza

Au secours !

Ntabara!

alarme

inzogera itabaza

assaut

gusagarira

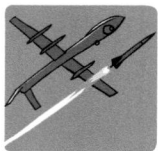

attaque

igitero

danger

icyateza amakuba

sortie de secours

umuryango unyuramo ukiza
amagara

Au feu!

Inkongi!

extincteur

ikizimyamuriro

accident

impanuka

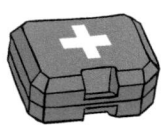

trousse de premier secours

ibikoresho by'ubutabazi
bw'ibanze

SOS

induru itabaza

police

polisi

Europe

Uburayi

Amérique du Nord

Amerika y'Amajyaruguru

Amérique du Sud

Amerika y'Amagepfo

Afrique

Afurika

Asie

Aziya

Australie

Ositarariya

Océan atlantique

Atalantika

Océan pacifique

Oasifika

Océan indien

Inyanja y'Abahinde

Océan antarctique

Inyanja y'Antagitika

Océan arctique

Inyanja y'Arigitika

pôle nord

Amajyaruguru y'Isi

pôle sud

Amagepfo y'Isi

Antarctique

Antaragitika

terre

Isi

pays

ubutaka

mer

ikiyaga

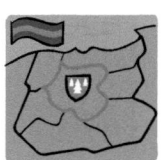

île

ikirwa

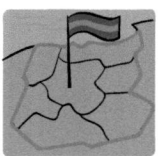

nation

igihugu

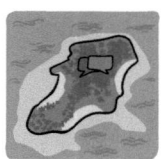

état

leta

cadran

kadere y'isaha

aiguille des heures

urushinge rw'amasaha

aiguille des minutes

urushinge rw'iminota

aiguille des secondes

urushinge rw'amasegonda

Quelle heure est-il ?

ni isaha ki?

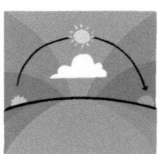

jour

umunsi

temps

igihe

maintenant

nonaha

montre digitale

isaha y'imibare

minute

iminota

heure

amasaha

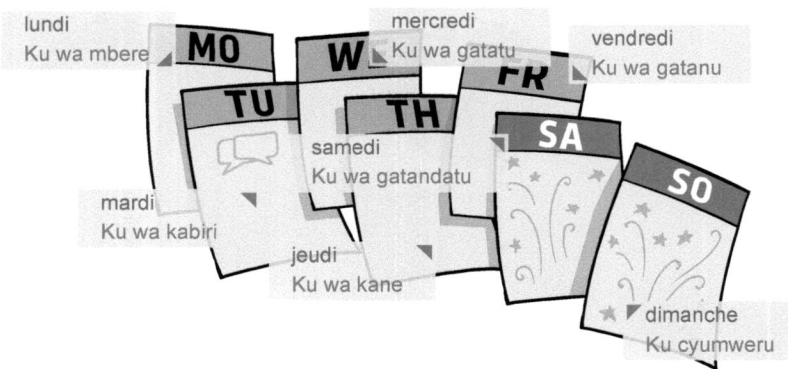

lundi
Ku wa mbere

mercredi
Ku wa gatatu

vendredi
Ku wa gatanu

mardi
Ku wa kabiri

samedi
Ku wa gatandatu

jeudi
Ku wa kane

dimanche
Ku cyumweru

hier

ejo hashize

aujourd'hui

demain

ejo hazaza

matin

igitondo

midi

saa sita

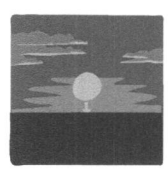

soir

ku mugoroba

jours ouvrables

iminsi y'akazi

week-end

wikendi

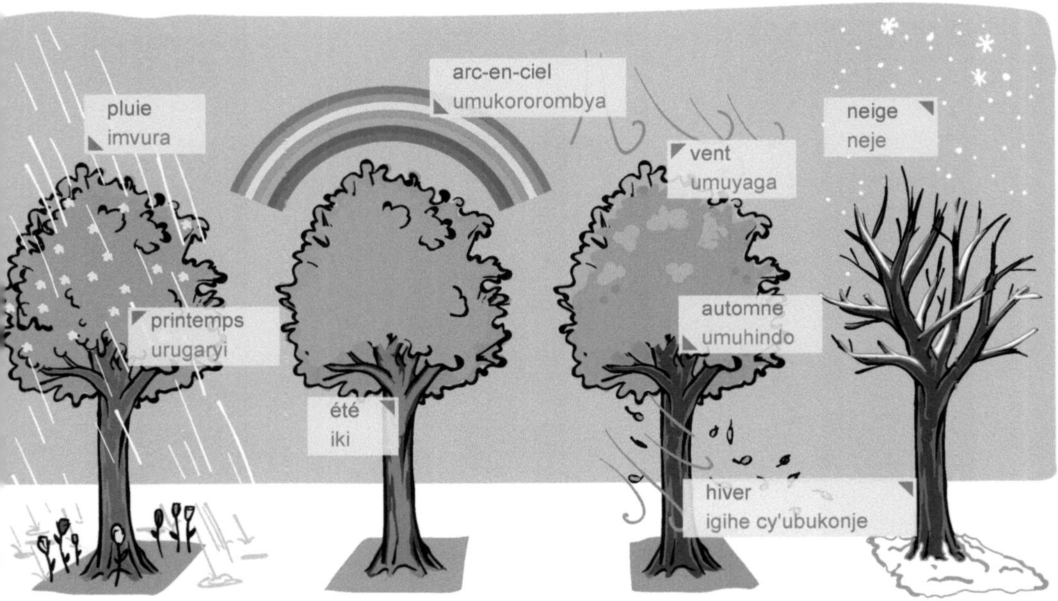

pluie
imvura
arc-en-ciel
umukororombya
vent
umuyaga
neige
neje
printemps
urugaryi
automne
umuhindo
été
iki
hiver
igihe cy'ubukonje

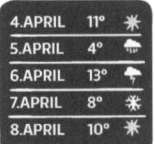

4.APRIL 11°
5.APRIL 4°
6.APRIL 13°
7.APRIL 8°
8.APRIL 10°

météo

iteganyagihe

F C
120 40
90 30
60 20
30 10
0 0
-30 -10
-20

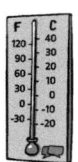

thermomètre

igipimo cy'ubushyuhe

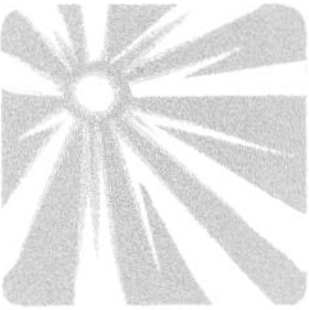

lumière du soleil

izuba rirashe

nuage

ibicu

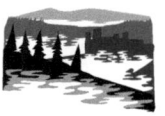

brouillard

ibihu

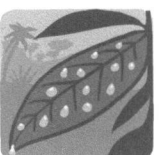

humidité

ububobere

foudre
umurabyo

tonnerre
inkuba

tempête
umuhengeri

grêle
urubura

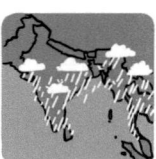

mousson
imiyaga ihuha iturutse mu nyanja

inondation
umwuzure

glace
barafu

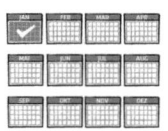

janvier
Mutarama

février
Gshyantare

mars
Werurwe

avril
Mata

mai
Gicurasi

juin
Kamena

juillet
Nyakanga

août
Kanama

année - umwaka

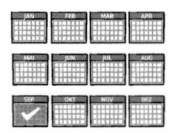

septembre

Nzeri

octobre

Ukwakira

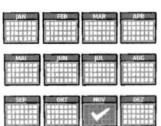

novembre

Ugushyingo

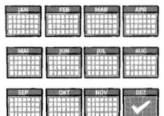

décembre

Ukuboza

formes

amaforoma

cercle

uruziga

carré

mpandenye

rectangle

urukiramende

triangle

mpandeshatu

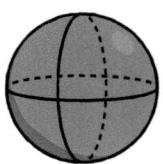

sphère

umubumbe

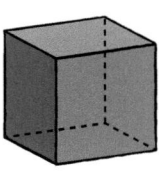

cube

kibe

blanc

umweru

jaune

umuhondo

orange

oranje

rose

iroza

rouge

umutuku

violet

isine

bleu

abururu

vert

icyatsi kibisi

marron

igihogo

gris

ikigina

noir

umukara

beaucoup / peu

byinshi / bike

fâché / calme

urakaye / utuje

joli / laid

mwiza / mubi

début / fin

intangiriro / impera

grand / petit

kinini / gito

clair / obscure

gikeye / kijimye

frère / soeur

musaza / mushiki

propre / sale

gisukuye / cyanduye

complet / incomplet

kirangiye / kitarangiye

jour / nuit

umunsi / ijoro

mort / vivant

wapfuye / muzima

large / étroit

hagari / hafunganye

comestible / incomestible

kiribwa / kitaribwa

méchant / gentil

umugome / ugwa neza

excité / ennuyé

ushishikaye / warambiwe

gros / mince

ubyibushye / unanutse

premier / dernier

mbere / nyuma

ami / ennemi

inshuti / umwanzi

plein / vide

cyuzuye / kirimo ubusa

dur / souple

gikomeye / cyoroshye

lourd / léger

kiremeye / kitaremereye

faim / soif

inzara / inyota

malade / sain

urwaye / ufite amagara
meza

illégal / légal

kemewe n'amategeko /
kibujijwe n'amategeko

intelligent / stupide

umunyabwenge / igicucu

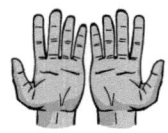

gauche / droite

iburyo / ibumoso

proche / loin

hafi / kure

nouveau / usé

gishya / cyakoze

rien / quelque chose

nta kintu gihari / hari ikintu gihari

vieux / jeune

ushaje / muto

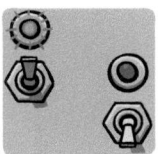

marche / arrêt

atsa / zimya

ouvert / fermé

gifunguye / gifunze

faible / fort

ucecetse / usakuza

riche / pauvre

ukize / ukennye

correct / incorrect

ni byo / si byo

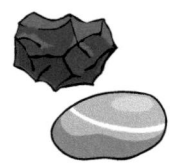

rugueux / lisse

hahanda / hahehereye

triste / heureux

urakaye / wishimye

court / long

mugufi / muremure

lent / rapide

urandaga / wihuta

mouillé / sec

utose / wumye

chaud / froid

ashyushye / ahoze

guerre / paix

intambara / amahoro

0	**1**	**2**
zéro	un / une	deux
zeru	rimwe	kabiri

3	**4**	**5**
trois	quatre	cinq
gatatu	kane	gatanu

6	**7**	**8**
six	sept	huit
gatandatu	karindwi	umunani

9	**10**	**11**
neuf	dix	onze
icyenda	icumi	cumi na rimwe

12

douze

cumi na kabiri

13

treize

cumi na gatatu

14

quatorze

cumi na kane

15

quinze

cumi na gatanu

16

seize

cumi na gatandatu

17

dix-sept

cumi na karindwi

18

dix-huit

cumi n'umunani

19

dix-neuf

cumi n'icyenda

20

vingt

makumyabiri

100

cent

ijana

1.000

mille

igihumbi

1.000.000

million

miliyoni

anglais

Icyongereza

anglais américain

Icyongereza
cy'Abanyamerika

chinois mandarin

Igishinwa k'ikimandarini

hindi

Igihindi

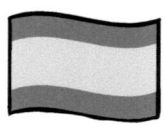

espagnol

Ikesipanyoro

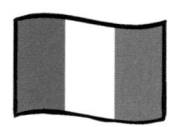

français

Igifaransa

arabe

Icyarabu

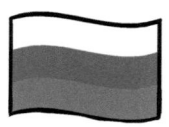

russe

Ikirusiya

portugais

Igiporutigari

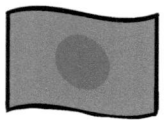

bengali

Ikibengari

allemand

Ikidage

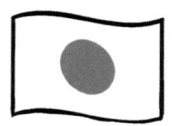

japonais

Ikiyapani

je

ge

tu

wowe

il / elle / ce, c', cela

we / we / we

nous

twe

vous

mwe

ils / elles

bo

Qui ?

nde?

Quoi ?

iki?

Comment ?

gute?

Où ?

hehe?

Quand ?

ryari?

nom

izina

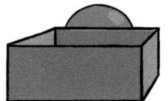

derrière

inyuma

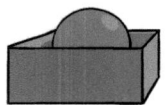

dans

mo imbere

devant

imbere ya

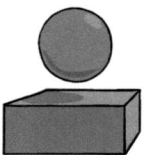

au-dessus

hejuru ya

sur

kuri

en-dessous

munsi ya

à côté de

iruhande

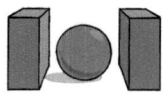

entre

hagati

lieu

ahantu